# Những Bánh Xe
## Cuộc Đua Tình Bạn

# The Wheels
## The Friendship Race

**Inna Nusinsky**
*Minh họa: Michael Jay Roque*

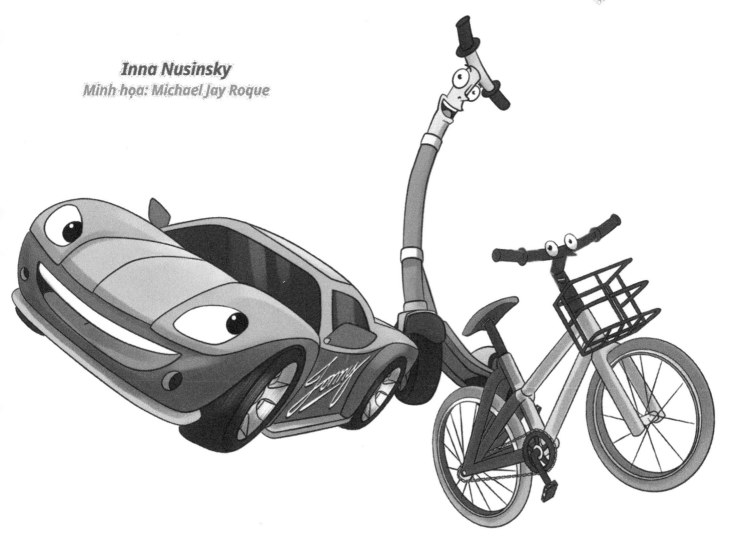

**www.kidkiddos.com**

Translated from English by Le An
Chuyển ngữ từ bản Tiếng Anh bởi Lê Hoài Ân
Vietnamese editing by Trang Nguyen
Hiệu đính bản dịch Tiếng Việt bởi Nguyễn Trang

**Library and Archives Canada Cataloguing in Publication Data**
The Wheels: The Friendship race (Vietnamese English Bilingual Edition)
ISBN: 978-1-5259-4888-6 paperback
ISBN: 978-1-5259-4889-3 hardcover
ISBN: 978-1-5259-4887-9eBook

Please note that the Vietnamese and English versions of the story have been written to be as close as possible. However, in some cases they differ in order to accommodate nuances and fluidity of each language.

*Xe hơi Jonny ngắm nhìn mình trong cửa sổ của cửa hàng. Cậu thật đẹp trai! Còn tốc độ – cậu thậm chí có thể đánh bại cả xe đua!*

Jonny the car looked at himself in the shop window. How handsome he was! And what speed – he could beat even race cars!

*"Mình thật là niềm hãnh diện của những người chung quanh," cậu thốt lên.*

"I'm the pride of the neighborhood," he yelled.

*Ngay lúc đó, hai tiếng phanh xe đánh tan giấc mơ ban ngày của cậu.*

Just then, two braking sounds broke his daydream.

*Đó là hai người bạn của cậu: Xe đạp Mike và xe đẩy Scott.*

There were his friends: Mike the bike and Scott the scooter.

*"Chào Jonny!" các bạn nói. "Có chuyện gì thế?"*

"Hey Jonny!" his friends said. "What's up?"

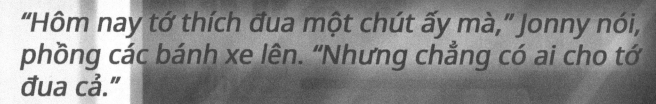

*"Hôm nay tớ thích đua một chút ấy mà," Jonny nói, phồng các bánh xe lên. "Nhưng chẳng có ai cho tớ đua cả."*

"Feeling like a little race today," said Jonny, puffing his tires. "But there's no one I can race with."

*"Chúng tớ có thể đua với cậu!"* Mike phấn khởi nói.

"We can race with you!" said Mike with excitement.

*"Đó là điều bạn bè nên làm!"* Scott nói thêm.

"That's what friends are for!" added Scott.

*Jonny không nhiệt tình lắm. "Ừm... Một nhà vô địch thì cần đấu với người nào ngang hàng chứ."*

Jonny didn't show much enthusiasm. "Mmm... A champion needs an equal to compete with."

*Mike và Scott nhìn nhau.*
Mike and Scott looked at each other.

*"Tụi tớ không giỏi à?" Mike hỏi.*
"Are we not good?" asked Mike.

*"Ồ, các cậu đều giỏi." Jonny làm mặt cười trong cửa sổ kính. "Nhưng không đủ giỏi."*

"Oh, you're good," Jonny made a face in the glass window. "But not good enough."

"Được thôi, Jonny," Scott nói. "Giờ chúng tớ thách cậu đua nhé! Đua ở đường đồi nào, xem thử ai thắng."

"Okay, Jonny," said Scott. "We challenge you to a race right now! Let's do Hill Road and see who finishes first."

Jonny suy nghĩ về điều đó với một nụ cười tự mãn.

Jonny considered it with a smirk.

*Khi cả ba đến đường đồi, cuộc đua bắt đầu.*

As they reached Hill Road, the race began.

*Con đường bắt đầu bằng một con dốc. Jonny gầm lên và chỉ trong vài giây cậu đã vượt qua chỗ dốc.*

It started with a steep climb. Jonny roared and in seconds was over the incline.

*Xe đạp Mike đã đi được nửa đường... Nhưng xe đẩy Scott tội nghiệp vẫn còn đang vừa thở vừa đẩy, chậm chạp leo lên dốc.*

Mike the bike was already half way... But poor Scott the scooter was huffing and puffing, slowly climbing up.

*Jonny đến đỉnh đồi và dừng lại.Cậu nhìn vào gương chiếu hậu – các bạn cậu vẫn còn ở xa phía sau.*

Jonny reached the hill and stopped. He looked at the rearview mirror – his friends were far behind.

*Cậu thấy buồn chán. May mà âm nhạc trên radio vẫn còn hay! Cậu nhắm mắt và bắt đầu nhún nhảy theo nhạc.*

He was bored. At least the music on the radio was good! He closed his eyes and started moving to the beat.

*Bỗng có cái gì đó vụt qua cậu.Chỉ có một làn khói. Mike ư?*

Suddenly, something whirred past him. There was only smoke. Mike?

*Trước khi cậu có thể nói gì thì thêm một cái gì đó chạy qua nữa. Jonny nhìn qua làn khói vừa tan – đó là Scott đang chạy đua trước mặt!*

Before he could say a word something else went by. Jonny looked through the disappearing smoke—that was Scott!

*Không thể nào! Bấy giờ cậu mới hoảng sợ. Cậu phải thắng!*

No way! Now he panicked. He should win!

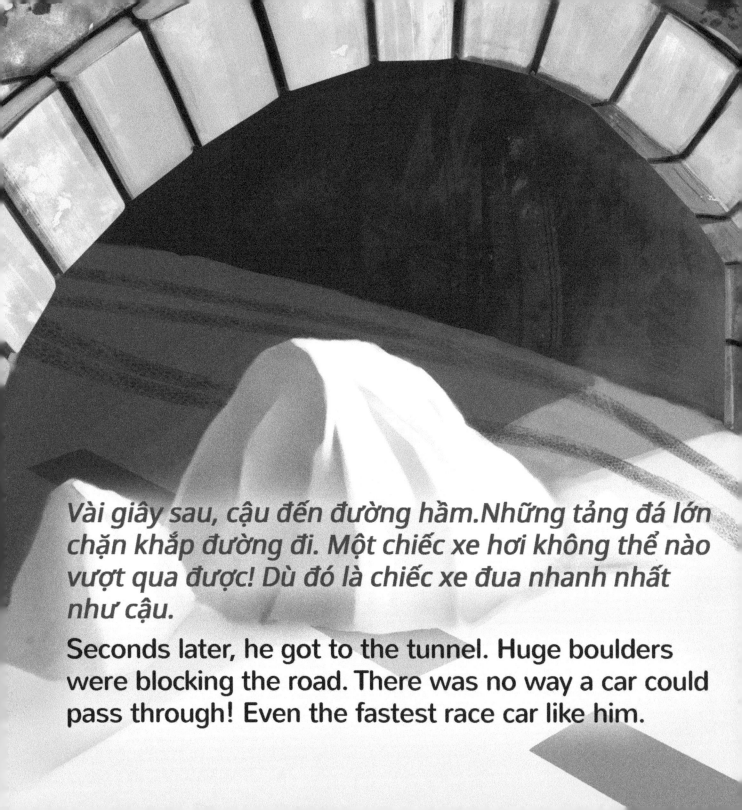

*Vài giây sau, cậu đến đường hầm.Những tảng đá lớn chặn khắp đường đi. Một chiếc xe hơi không thể nào vượt qua được! Dù đó là chiếc xe đua nhanh nhất như cậu.*

Seconds later, he got to the tunnel. Huge boulders were blocking the road. There was no way a car could pass through! Even the fastest race car like him.

*Nhưng rồi cậu nhìn thấy vết bánh xe của cả Mike và Scott. Các bạn ấy đã tìm cách lách được qua những tảng đá. Jonny thở dài.*

But then, he saw the tire marks of both Mike and Scott. They had negotiated their way around the stone boulders! Jonny sighed.

*Trong khi đó, Mike đã ra khỏi đường hầm ở phía bên kia. Cậu ấy đang dẫn đầu.*

Meanwhile, Mike came out on the other side of the tunnel. He was leading.

*Chiến thắng là gì khi mà bạn bè thua cơ chứ?Cậu nghĩ bụng.*

*What kind of a win is that when your friends lose?* he thought.

*Một chốc sau, Scott cũng đến gần cậu.*

In seconds, Scott was next to him.

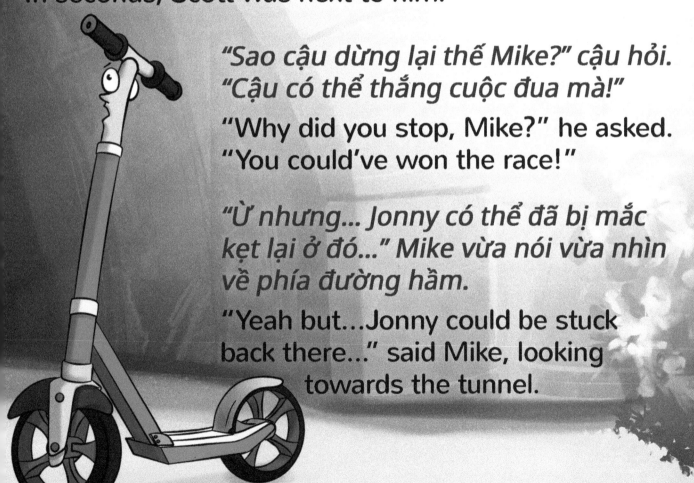

*"Sao cậu dừng lại thế Mike?" cậu hỏi. "Cậu có thể thắng cuộc đua mà!"*

"Why did you stop, Mike?" he asked. "You could've won the race!"

*"Ừ nhưng... Jonny có thể đã bị mắc kẹt lại ở đó..." Mike vừa nói vừa nhìn về phía đường hầm.*

"Yeah but...Jonny could be stuck back there..." said Mike, looking towards the tunnel.

*Một thoáng im lặng.*

A moment of silence passed by.

*"Chúng ta có nên đi kiểm tra không nhỉ?" Scott hỏi.*

"Shall we go to check up him?" Scott asked.

*Một nụ cười nở trên khuôn mặt của Mike. "Đi thôi nào!" cậu reo lên và quay lại.*

A smile formed on Mike's face. "Let's go!" he yelled and turned back.

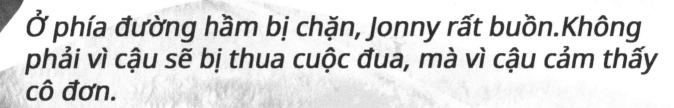

*Ở phía đường hầm bị chặn, Jonny rất buồn.Không phải vì cậu sẽ bị thua cuộc đua, mà vì cậu cảm thấy cô đơn.*

At the blocked tunnel, Jonny was sad. Not because he was losing the race but because he was lonely.

*Bỗng – có tiếng bánh xe. Đó là Scott và Mike!*

Suddenly—sound of wheels. Those were Scott and Mike!

"Mike này, mình chuyển mấy tảng đá này đi chỗ khác cho Jonny qua nhé," Scott nói.

"Mike, Let's move these boulders so Jonny can pass," said Scott.

Hai người bạn bắt tay làm, cùng nhau đẩy những tảng đá ra khỏi đường đi.

The friends started to work together, pushing the rocks out of the way.

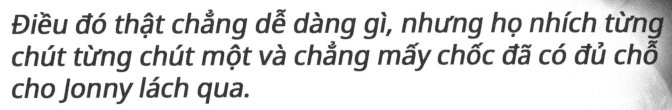

*Điều đó thật chẳng dễ dàng gì, nhưng họ nhích từng chút từng chút một và chẳng mấy chốc đã có đủ chỗ cho Jonny lách qua.*

It wasn't easy, but they nudged and nudged and soon there was enough space for Jonny to squeeze through.

Họ đến phía cuối đường đồi trong tiếng cười đùa vui vẻ.

Giggling, they reached the end of Hill Road.

*"Chúng ta thắng rồi – tất cả chúng mình đều thắng!" Mike và Scott reo vang.*

"We've won the race—all of us!" exclaimed Mike and Scott.

*Chỉ có Jonny là im lặng. "Tớ đã đối xử tệ với các cậu," cậu nói. "Tớ đã nhận ra điều đó thật muộn, bạn bè tức là chúng ta có thể làm được rất nhiều điều hơn cùng nhau. Cảm ơn các cậu, vì đã giúp tớ hiểu ra điều đó!"*

Only Jonny was quiet. "I behaved badly with you," he admitted. "I realized it late, guys that together we can do much more. Thank you, my friends, for helping me understand that!"

*Bỗng từ đâu vang lên tiếng vỗ tay và tiếng hò reo vì tình bạn tuyệt vời của cả ba...*

Suddenly, there was applause, cheering for this wonderful bunch of three terrific friends.

Những người bạn đã hiểu được rằng không một ai trong số họ giỏi bằng cả nhóm.

Friends who discovered that none of them was as good as all of them.

CPSIA information can be obtained
at www.ICGtesting.com
Printed in the USA
LVHW071621260521
688576LV00006B/332